Impressum
Verlag: BABADADA GmbH, Nedderfeld 112 , 22529 Hamburg
Geschäftsführer / Verlagsleitung: Harald Hof
Druck: Books on Demand GmbH, In de Tarpen 42, 22848 Norderstedt

Imprint
Publisher: BABADADA GmbH, Nedderfeld 112 , 22529 Hamburg, Germany
Managing Director / Publishing direction: Harald Hof
Print: Books on Demand GmbH, In de Tarpen 42, 22848 Norderstedt

shule

escola

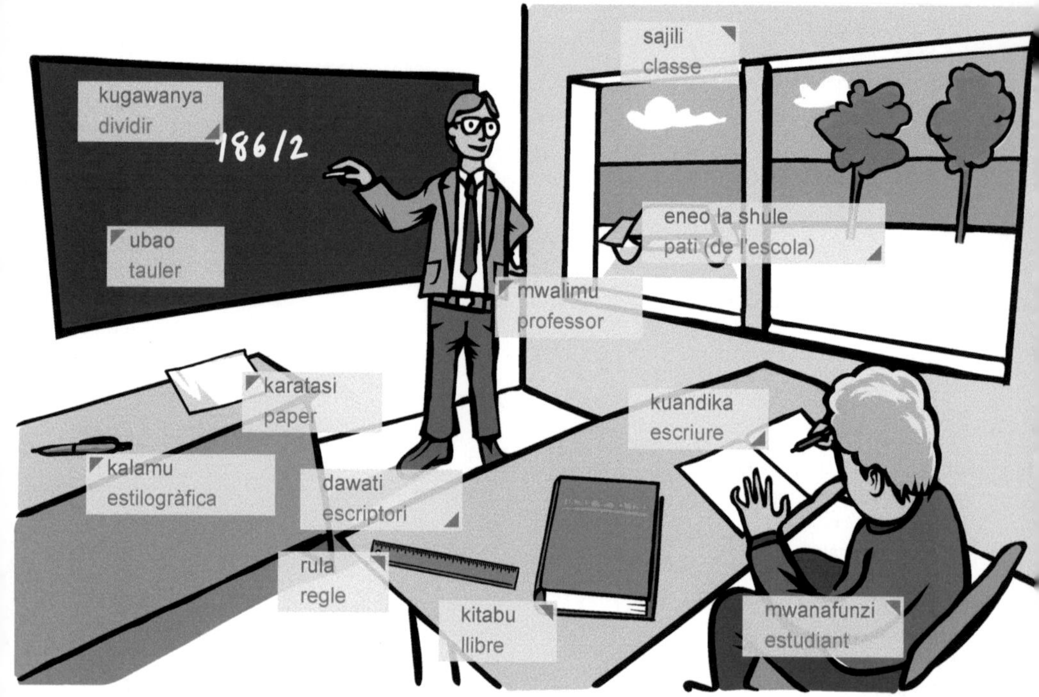

sajili
classe
kugawanya
dividir
186/2
ubao
tauler
eneo la shule
pati (de l'escola)
mwalimu
professor
karatasi
paper
kuandika
escriure
kalamu
estilogràfica
dawati
escriptori
rula
regle
kitabu
llibre
mwanafunzi
estudiant

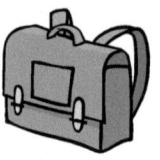

mkoba
bossa

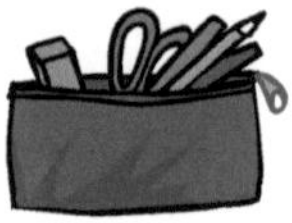

kikasha cha penseli
estoig

penseli
llapis

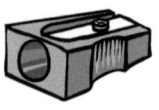

kichonga penseli
maquineta de fer punta

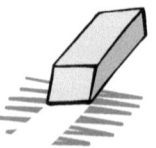

mpira
goma

pedi ya kuchora
bloc de dibuix

uchoraji
dibuix

brashi ya rangi
pinzell

sanduku la rangi
capsa de pintures

mkasi
tisores

gundi
cola

daftari
quadern d'exercicis

kazi ya nyumbani
deures

12

nambari
nombre

2+2

jumlisha
afegir

5-2

ondoa
sostreure

2×2

zidisha
multiplicar

kokotoa
calcular

A

barua
lletra

ABCDEFG HIJKLMN OPQRSTU VWXYZ

alfabeti
alfabet

hello

neno
mot

maandishi

text

kusoma

llegir

chaki

guix

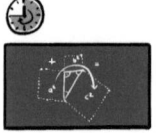

somo

lliçó

sajili

llibre de classe

uchunguzi

examen

cheti

certificat

sare za shule

uniforme escolar

elimu

formació

elezo

enciclopèdia

chuo kikuu

universitat

darubini

microscopi

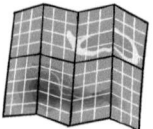

ramani

mapa

kikapu cha kuweka karatasi chafu

paperera

usafiri
viatge

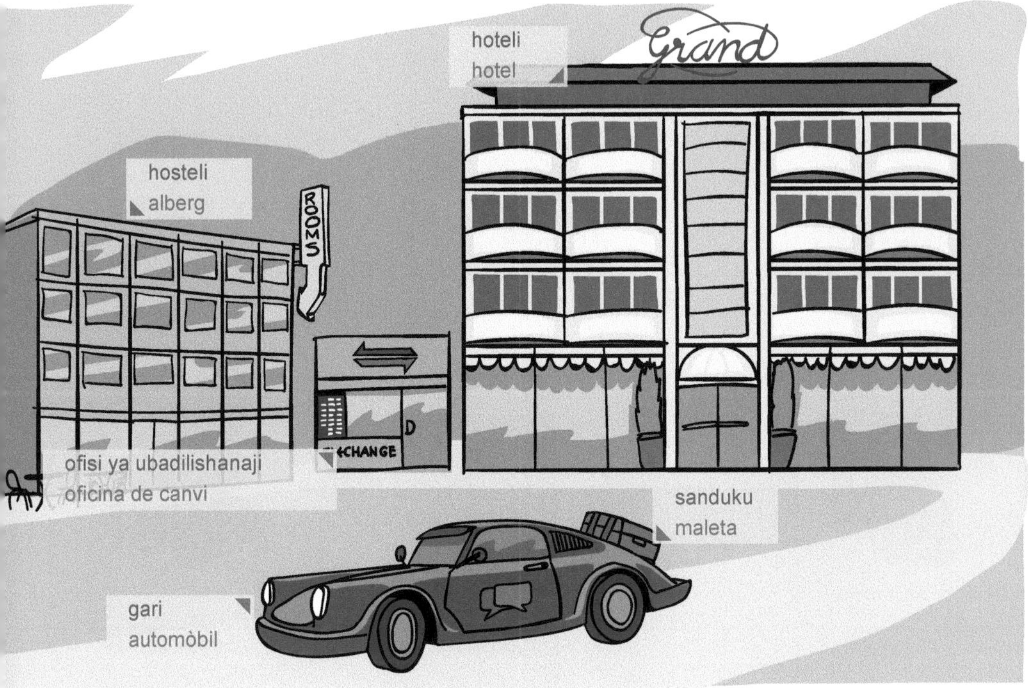

hoteli
hotel
Grand
hosteli
alberg
ROOMS
ofisi ya ubadilishanaji
oficina de canvi
EXCHANGE
sanduku
maleta
gari
automòbil

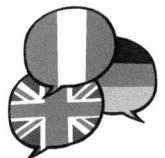

lugha

llengua

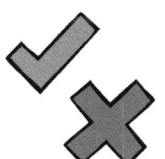

ndiyo / la

sí / no

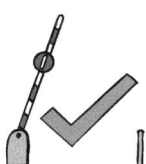

sawa

D'acord

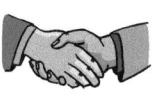

hujambo

Ey!

mtafsiri

traductora

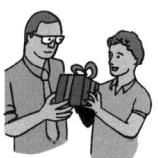

Asante

gràcies

kiasi gani ni ...?

Quant costa... ?

Sielewi

No entenc

tatizo

problema

Jioni njema!

Bona nit!

Habari za asubuhi!

bon dia!

Usiku mwema!

bona nit!

kwa heri

fins aviat

mwelekeo

direcció

mizigo

bagatge

mfuko

bossa

shanta

sarrona

mgeni

convidat

chumba

cambra

begi la kulalia

sac de dormir

hema

tenda

taarifa ya utalii
oficina de turisme

ufuo
platja

kadi
carta de crèdit

kifunguakinywa
esmorzar

chakula cha mchana
dinar

chakula cha jioni
sopar

tiketi
bitllet

kuinua
ascensor

muhuri
segell

mpaka
frontera

mila
duana

ubalozi
ambaixada

visa
visat

pasipoti
passaport

usafiri
transport

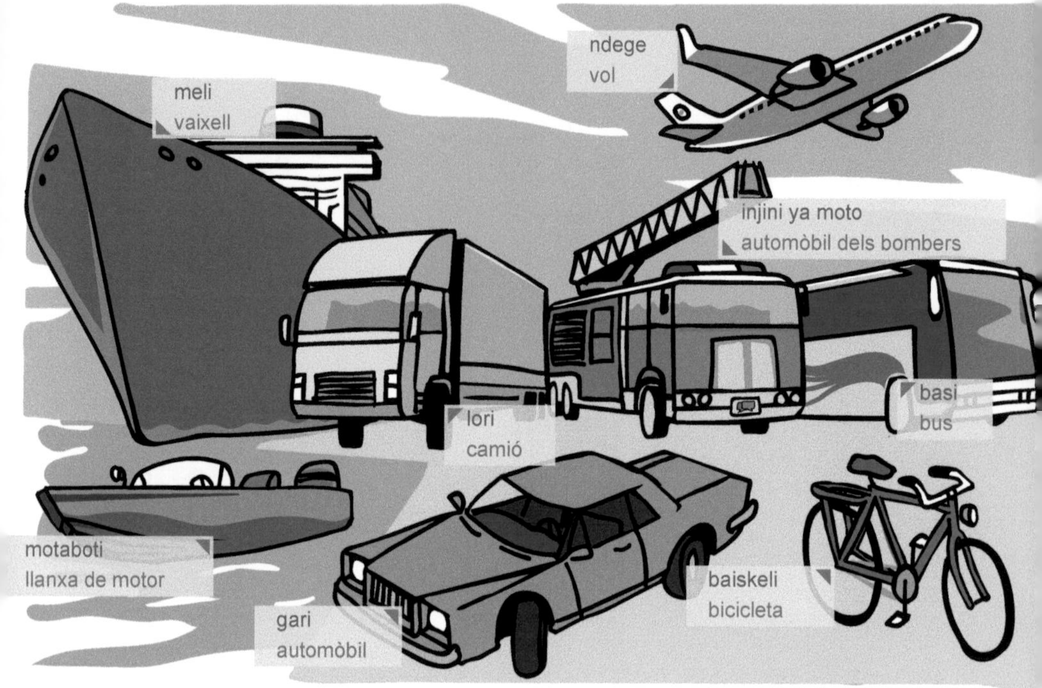

ndege
vol
meli
vaixell
injini ya moto
automòbil dels bombers
basi
bus
lori
camió
motaboti
llanxa de motor
baiskeli
bicicleta
gari
automòbil

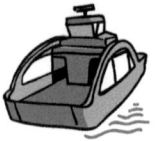

feri

transbordador

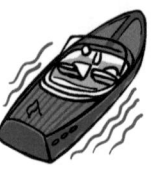

mashua

barca

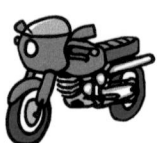

pikipiki

moto

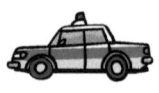

gari la polisi

automòbil de policia

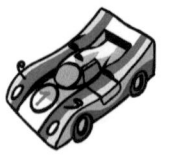

gari la mashindano

automòbil de curses

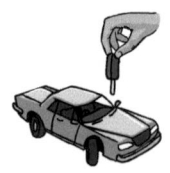

gari la kukodisha

automòbil de lloguer

kushiriki gari

vehicle compartit

lori la kuvuta

grua

ukusanyaji taka

camió de les escombraries

motor

motor

mafuta

benzina

kituo cha mafuta

benzineria

ishara trafiki

senyal de trànsit

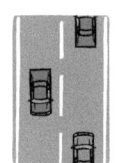

trafiki

trànsit

msongamano

embús

maegesho

aparcament

kituo cha treni

estació de trens

reli

vies

garimoshi

tren

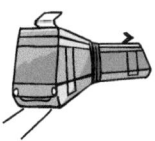

tremu

tramvia

gari la mizigo

vagó

helikopta

helicòpter

uwanja wa ndege

aeroport

mnara

torre

abiria

passatger

chombo

contenidor

katoni

capsa de cartó

mkokoteni

carretó

kikapu

cistella

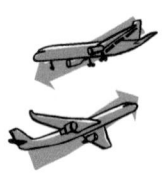

ondoka

enlairar-se / aterrar

jiji

ciutat

kijiji

poble

katikati ya jiji

centre de la ciutat

nyumba

casa

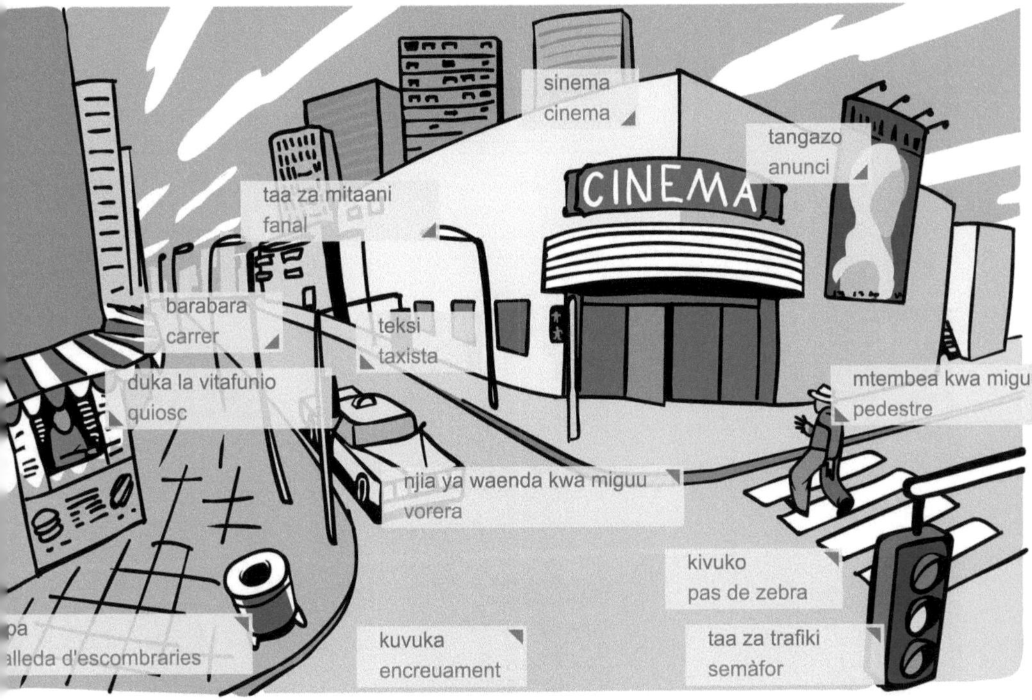

sinema
cinema

tangazo
anunci

taa za mitaani
fanal

CINEMA

barabara
carrer

teksi
taxista

duka la vitafunio
quiosc

mtembea kwa miguu
pedestre

njia ya waenda kwa miguu
vorera

kivuko
pas de zebra

...pa
...lleda d'escombraries

kuvuka
encreuament

taa za trafiki
semàfor

kibanda
cabana

gorofa
apartament

kituo cha treni
estació de trens

ukumbi wa mji
casa de la vila-ciutat

Makavazi
museu

shule
escola

chuo kikuu

universitat

benki

banca

hospitali

hospital

hoteli

hotel

duka la dawa

farmàcia

ofisi

oficina

duka la kitabu

llibreria

duka

botiga

duka la maua

floristeria

dukakuu

supermercat

soko

mercat

idara ya kuhifadhi

gran magatzem

mwuza samaki

peixateria

kituo cha ununuzi

centre comercial

bandari

port

Hifadhi

parc

benki

banc

daraja

pont

vidato

escala

chini ya ardhi

metro

handaki

túnel

kituo cha mabasi

parada d'autobús

bar

bar

mgahawa

restaurant

sanduku la posta

bústia de correu

ishara ya barabara

senyal indicador

mita ya maegesho

parquímetre

bustani ya wanyama

zoo

kidimbwi cha kuogelea

piscina

msikiti

mesquita

shamba

granja

uchafuzi

pol·lució

makaburini

cementiri

kanisa

església

uwanja wa michezo

parc infantil

hekalu

temple

mazingira

paisatge

jani
fulla

ishara ya mwelekeo
cartell indicador

njia
camí

malisho
prat

jiwe
pedra

mtembeaji wa masafa
excursionista

mti
arbre

mto
riu

nyasi
gespa

ua
flor

bonde
vall

kilima
muntanya

ziwa
llac

msitu
bosc

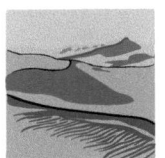

jangwa
desert

volkano
volcà

ngome
castell

upinde wa mvua
arc de Sant Martí

uyoga
bolet

mtende
palmera

mbu
moscard

kuruka
mosca

chungu
formiga

nyuki
abella

buibui
aranya

mende

escarabat

chura

granota

kuchakuro

esquirol

nungunungu

eriçó

sungura

llebre

bundi

òliba

ndege

ocell

swan

cigne

nguruwe mwitu

senglar

kulungu

cervo

aina ya kongoni

ant

bwawa

presa

tabo ya upepo

turbina

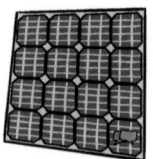

nishaji ya jua

panell solar

hali ya hewa

clima

mgahawa
restaurant

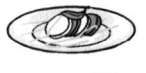

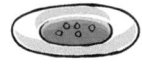

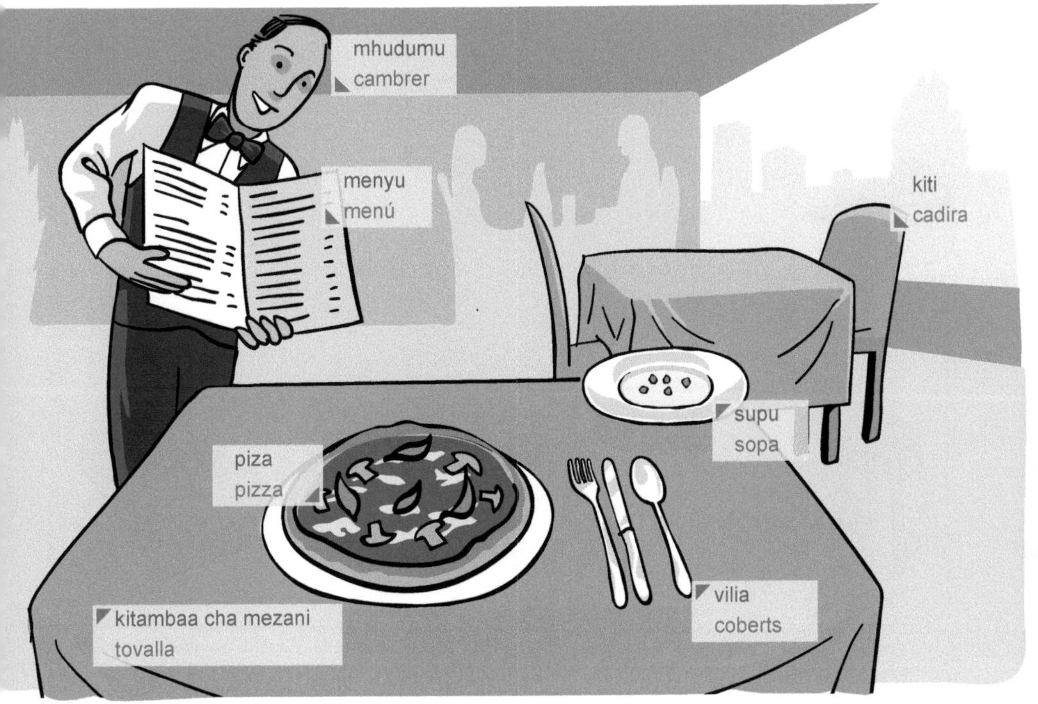

mhudumu
cambrer
menyu
menú
kiti
cadira
supu
sopa
piza
pizza
kitambaa cha mezani
tovalla
vilia
coberts

kiamsha hamu

primer plat

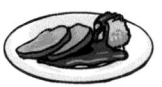

kozi kuu

plat principal

kitindamlo

darreries

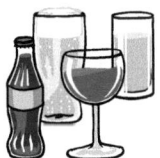

vinywaji

begudes

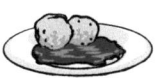

chakula

menjar

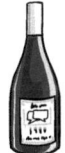

chupa

ampolla

chakula cha haraka

menjar ràpid

Streetfood

menjar de carrer

buli

tetera

kisanduku cha sukari

sucrer

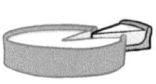

sehemu

porció

mashine ya espresso

màquina d'espresso

kiti kirefu

trona

muswada

factura

trei

plata

kisu

ganivet

uma

forqueta

kijiko

cullera

kijiko cha chai

cullereta

nepi

tovalló

glasi

got

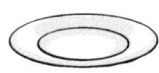

sahani

plat

sahani ya supu

plat de sopa

sufuria

plateret

mchuzi

salsa

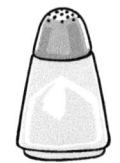

kichanyaji chumvi

saler

kinu cha pilipili

molinet de pebre

siki

vinagre

mafuta

oli

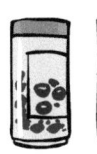

viungo

espècies

kechapu

quètxup

haradali

mostassa

kachumbari nzito

maionesa

dukakuu

supermercat

ofa maalum
oferta especial
FOR
mteja
client
maziwa
productes lactis
matunda
fruites
toroli
carret de la compra

BUTCHERS

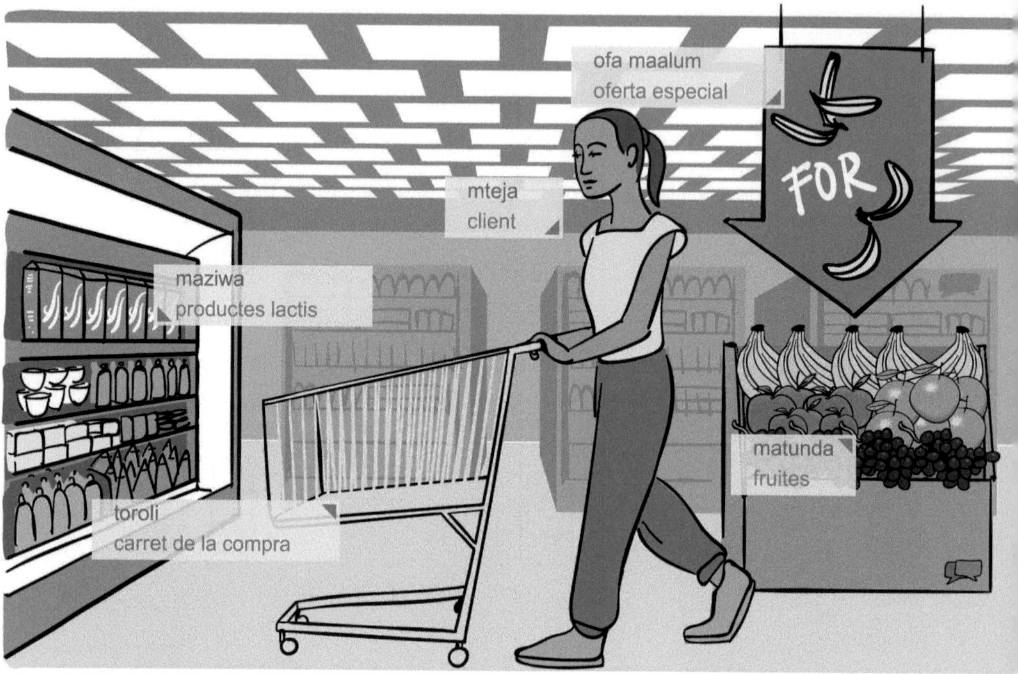

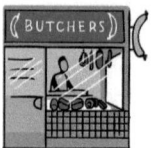

mchinjaji

carnisseria

BAKERY

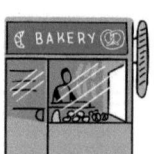

mwokaji

forn de pa

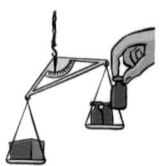

uzito

pesar

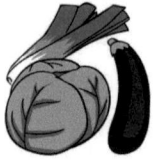

mboga

verdures

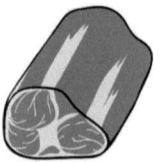

nyama

carn

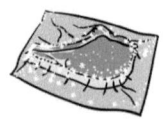

chakula waliohifadhiwa

menjar congelat

ipande vya nyama baridi

carn freda

chakula cha kopo

conserves

sabuni ya unga

detergent en pols

pipi

dolços

bidhaa za kaya

articles domèstics

bidhaa za kusafisha

productes de neteja

mtu mauzo

venedora

mpaka

caixa registradora

keshia

caixera

orodha ya manunuzi

llista de la compra

masaa ya ufunguzi

horari d'obertura

mkoba

portamonedes

kadi

carta de crèdit

mfuko

bossa

mfuko wa plastiki

bossa de plàstic

maji

aigua

sharubati

suc

maziwa

llet

coke

coca-cola

mvinyo

vi

bia

cervesa

pombe

alcohol

kakao

cacau

chai

te

kahawa

cafè

spreso

espresso

kapuchino

cappuccino

ndizi

banana

tufaha

poma

machungwa

taronja

tikiti

síndria

lemon

llimona

karoti

pastanaga

kitunguu saumu

all

mianzi

bambú

kitunguu

ceba

uyoga

bolet

karanga

avellanes

nudo

fideus

spageti

espaguetis

mpunga

arròs

saladi

amanida

vibanzi

patates fregides

viazi vya kukaanga

patates fregides

piza

pizza

hambaga

hamburguesa

sandwichi

entrepà

kipande

escalopa

paja la mnyama

cuixot

salami

salami

soseji

salsitxa

kuku

pollastre

choma

rostit

samaki

peix

oats ya uji

flocs de civada

muesli

musli

cornflakes

cereals

unga

farina

kroisanti

croissant

andazi

panet

mkate

pa

mkate wa kubanika

torrada

biskuti

bescuits

siagi

mantega

maziwa mgando

mató

keki

pastís

yai

ou

yai kukaanga

ou fregit

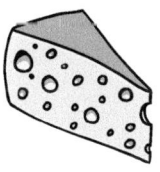

jibini

formatge

chakula - menjar

25

aiskrimu

gelat

sukari

sucre

asali

mel

jemu

melmelada

kuenea kwa chokoleti

crema de xocolata

mchuzi wa viungo

curri

shamba
granja

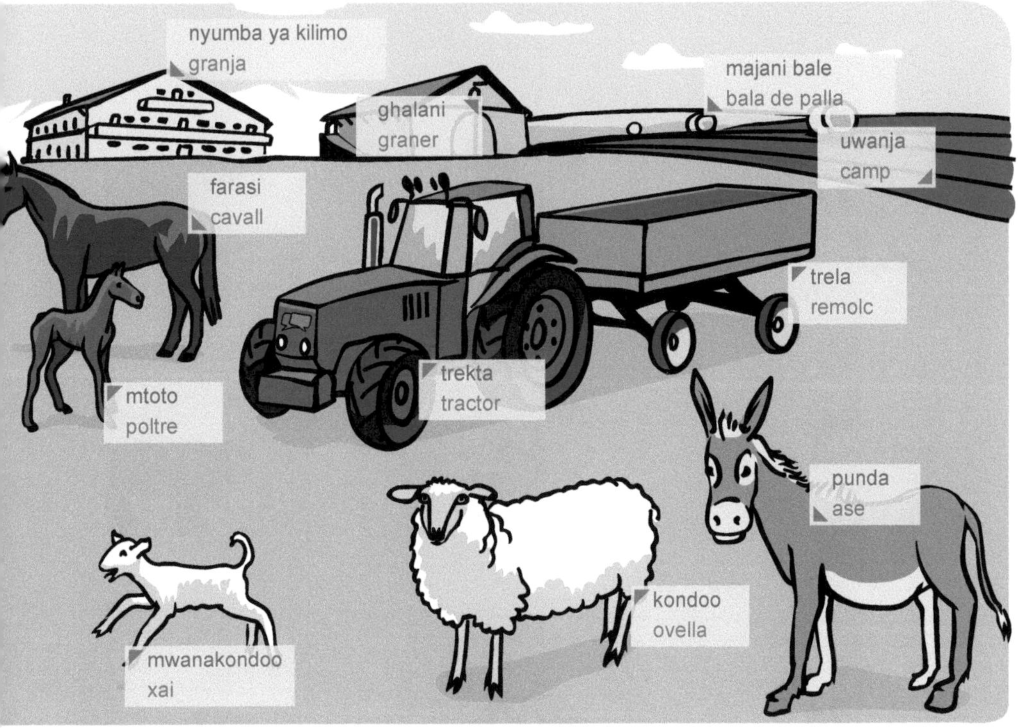
nyumba ya kilimo
granja
ghalani
graner
majani bale
bala de palla
uwanja
camp
farasi
cavall
trela
remolc
trekta
tractor
mtoto
poltre
punda
ase
kondoo
ovella
mwanakondoo
xai

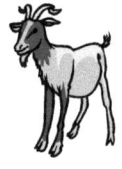

mbuzi

cabra

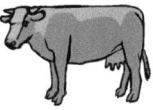

ng'ombe

vaca

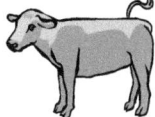

ndama

vedella

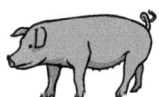

nguruwe

porc

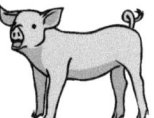

mwananguruwe

garrí

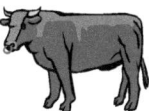

fahali

bou

batabukini

oca

bata

ànec

kifaranga

poll

kuku

gall

jogoo

gallina

panya

rata

paka

gat

panya

ratolí

ng'ombe

bou

mbwa

gos

nyumba ya mbwa

gossera

bomba la bustani

mànega de regar

debe la kumwagilia maji

regadora

fyekeo

dalla

kulima

arada

28   shamba - granja

mundu

falç

jembe

aixada

uma wa nyasi

forca

shoka

destral

toroli

carretó

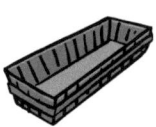

kupitia nyimbo

abeurador

chombo cha maziwa

lletera

gunia

sac

ua

tanca

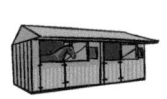

imara

establa

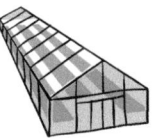

chafu

hivernacle

udongo

sòl

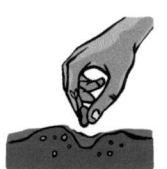

mbegu

llavor

mbolea

adob

kivunaji

collidora

mavuno
collir

mavuno
collita

viazi vikuu
nyam

ngano
blat

soya
soja

viazi
patata

mahindi
blat de moro o d'indi

rapa
colza

mti wa matunda
arbre fruiter

muhogo
mandioca

nafaka
cereals

nyumba
casa

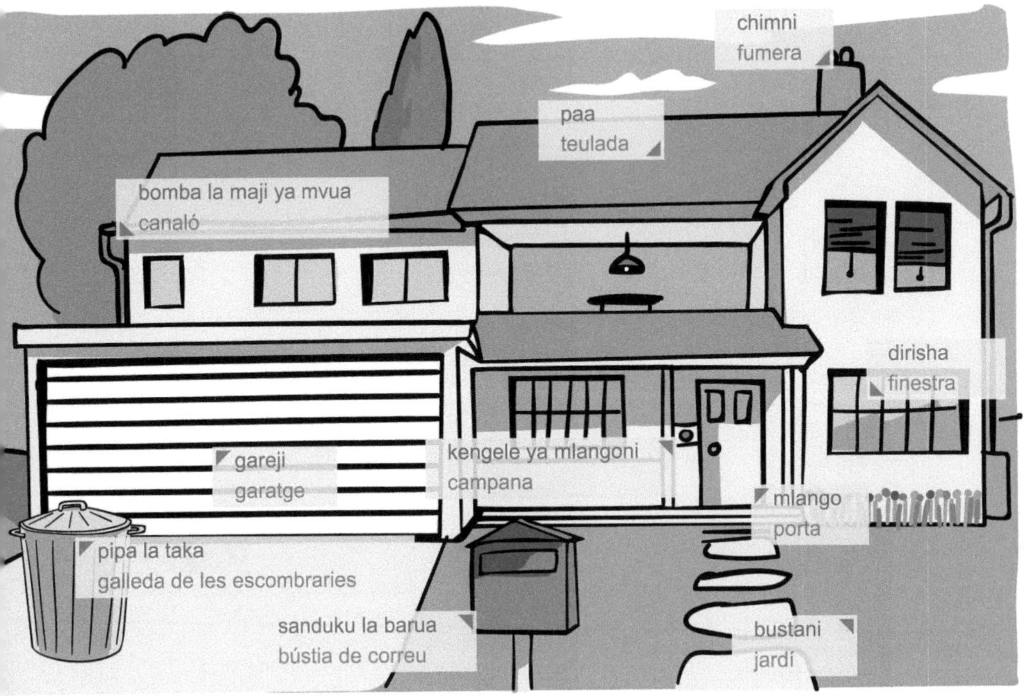
chimni
fumera
paa
teulada
bomba la maji ya mvua
canaló
dirisha
finestra
gareji
garatge
kengele ya mlangoni
campana
mlango
porta
pipa la taka
galleda de les escombraries
sanduku la barua
bústia de correu
bustani
jardí

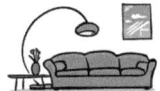

sebuleni

sala d'estar

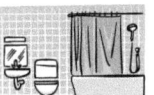

bafu

bany

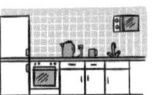

jikoni

cuina

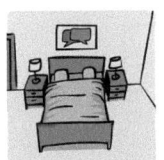

chumba cha kulala

cambra de dormir

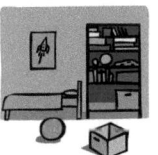

chumba ya mtoto

cambra de nen

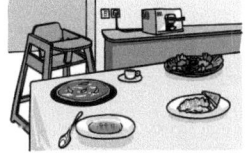

chumba cha kulia

menjador

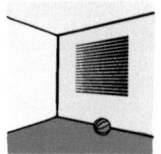

sakafu

sòl

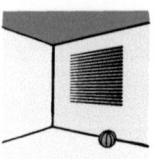

ukuta

paret

dari

sostre

pishi

soterrani

sauna

sauna

roshani

balcó

mtaro

terrassa

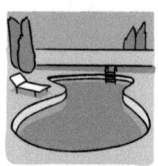

kidimbwi

piscina

mashine ya kukata nyasi

tallagespa

karatasi

vànova

kitambaa cha kupamba
kitanda

cobrellit

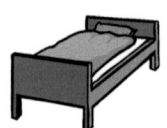

kitanda

llit

ufagio

escombra

ndoo

galleda

kubadili

interruptor

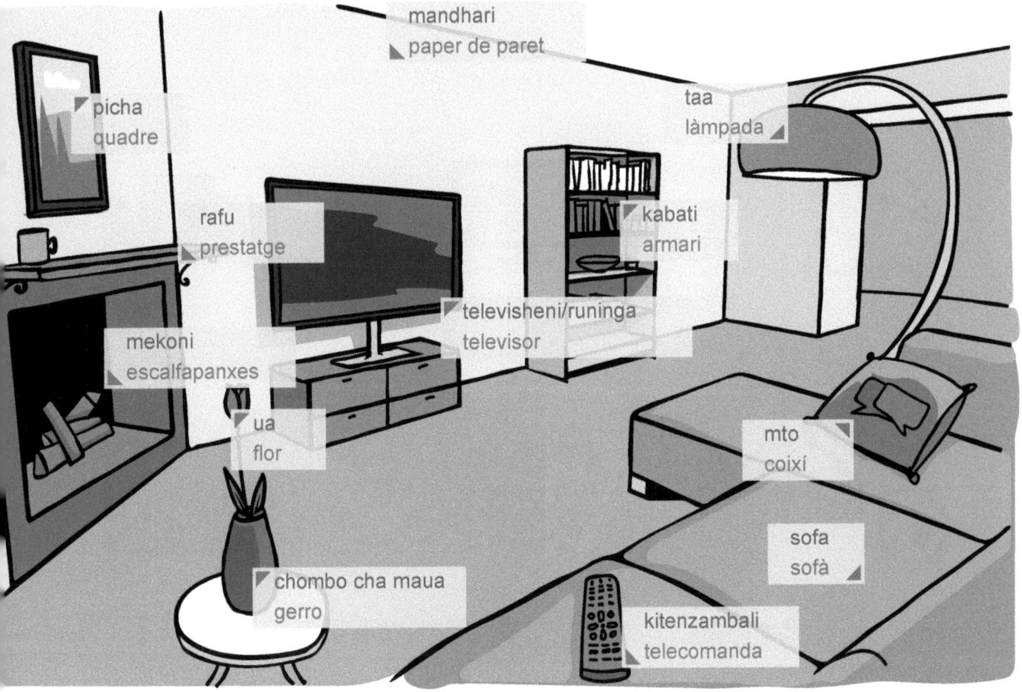

mandhari
paper de paret

taa
làmpada

picha
quadre

rafu
prestatge

kabati
armari

mekoni
escalfapanxes

televisheni/runinga
televisor

ua
flor

mto
coixí

chombo cha maua
gerro

sofa
sofà

kitenzambali
telecomanda

zulia
califa

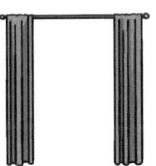

pazia
cortina

meza
taula

kiti
cadira

kiti cha bembea
cadira gronxadora

armchair
cadiral

kitabu

llibre

blanketi

llençol

mapambo

decoració

kuni

llenya

filamu

film

kifaa cha hi-fi

cadena de música

ufunguo

clau

gazeti

diari

uchoraji

pintura

bango

cartell

redio

ràdio

daftari

bloc de notes

kifyonza

aspiradora

dungusi kakati

cactus

mshumaa

candela

jikoni
cuina

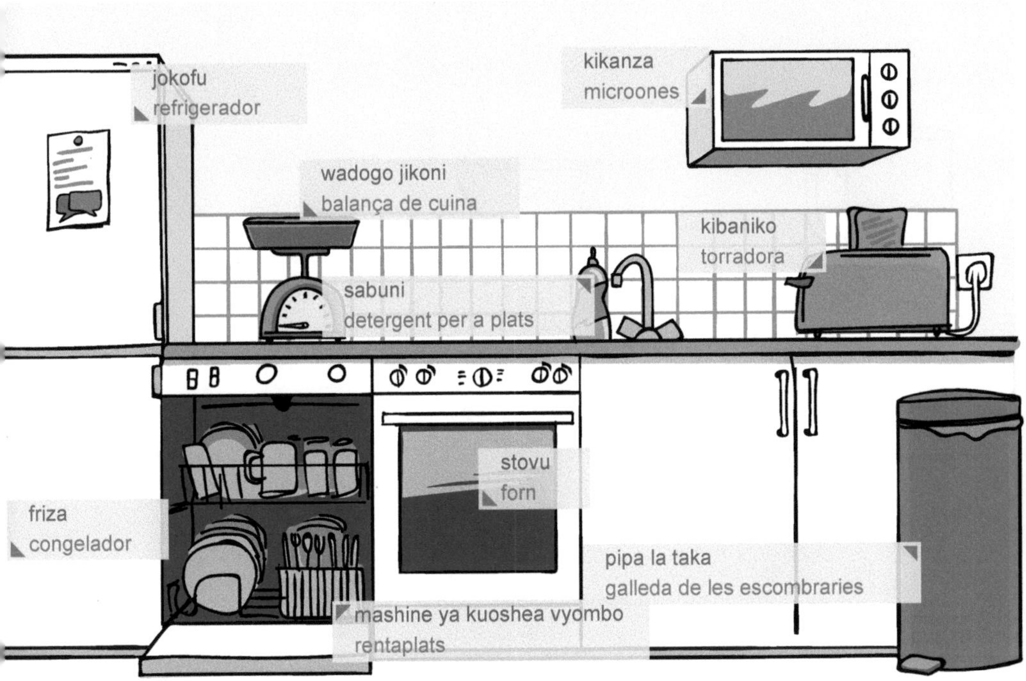
jokofu
refrigerador
kikanza
microones
wadogo jikoni
balança de cuina
kibaniko
torradora
sabuni
detergent per a plats
stovu
forn
friza
congelador
pipa la taka
galleda de les escombraries
mashine ya kuoshea vyombo
rentaplats

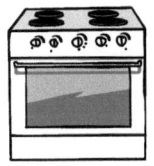

jiko la kupika

cuina de fogons

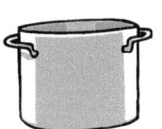

chungu

olla

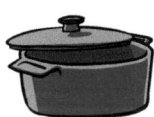

sufuria ya chuma

olla de ferro colat

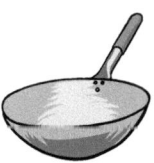

wok / kadai

wok / karahi

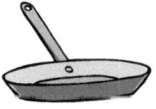

kaango

paella

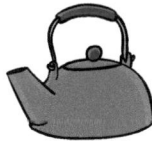

birika

bullidor

stima

olla de vapor

sinia ya kuoka

plata de forn

vyombo vya udongo

vaixella

kombe

tassa grossa

bakuli

bol

vijiti vya kulia

bastonets xinesos

ukawa

culler

mwiko mpana

espàtula

burashi

batedor

kichujio

colador

chujio

sedàs

mbuzi

ratllador

chokaa

morter

barbeque

barbacoa

moto wazi

foc a terra

ubao wa majaribio

taula de tallar

kijiti cha kusukuma unga

corró

kizibuo

llevataps

kopo

pot de conserva

inaweza kopo

obridor

kishikio cha chungu

agafador

karo

aigüera

brashi

raspall

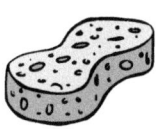

sifongo

esponja

kisagaji matunda

batedora

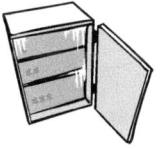

friji ya kina

congelador

chupa ya mtoto

biberó

bomba

aixeta

bafu

bany

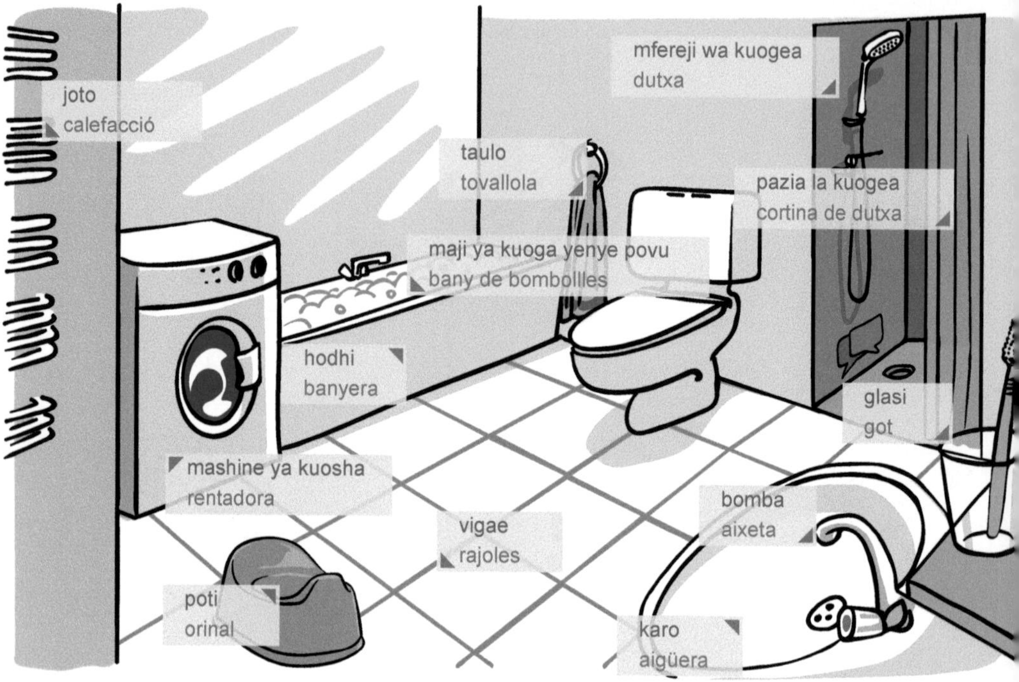

joto
calefacció
mfereji wa kuogea
dutxa
taulo
tovallola
pazia la kuogea
cortina de dutxa
maji ya kuoga yenye povu
bany de bombollles
hodhi
banyera
glasi
got
mashine ya kuosha
rentadora
bomba
aixeta
vigae
rajoles
poti
orinal
karo
aigüera

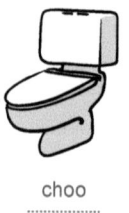

choo

lavabo

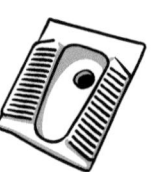

choo cha squat

lavabo turc

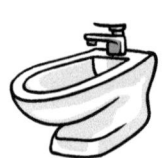

beseni la mviringo

bidet

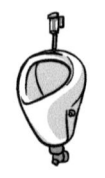

choo cha umma

orinador

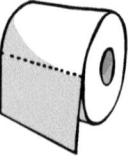

shashi

paper higiènic

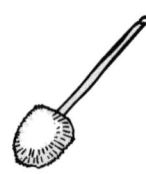

brashi ya choo

escombreta de sanitari

mswaki

raspall de dents

dawa ya meno

pasta de dents

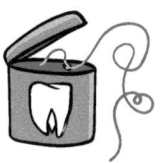

dawa ya meno

fil dental

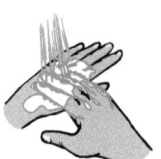

safisha

rentar

kuoga mkono

pom de dutxa

msukumo wa maji

dutxa íntima

bonde

rentamans

mpako wa pili

raspall per a l'esquena

sabuni

sabó

jeli ya kuogea

gel de dutxa

shampuu

xampú

flana

manyopla de bany

toa maji

bonera

krimu

crema

kiondoa harufu

desodorant

kioo

mirall

kioo mkono

mirall-espill de mà

kinyozi

maquineta de rasar

povu la kunyoa

espuma de barbejar

baada ya kunyoa

loció post-rasada

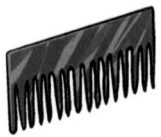

kichana

pinta

brashi

raspall

kikausha nywele

eixugador

marashi ya nyewele

laca

vipodozi

maquillatge

kidomwa

pintallavis

varnish ya msumari

esmalt d'ungles

pamba

cotó

mkasi wa kucha

tallaungles

manukato

perfum

mkoba wa kuosha

estoig de bellesa

kinyesi

tamboret

mizani

bàscula

nguo ya kuoga

barnús

glavu za mpira

guants de goma

kisodo

compresa higiènica

sodo

compresa

kemikali choo

sanitari químic

chumba ya mtoto

cambra de nen

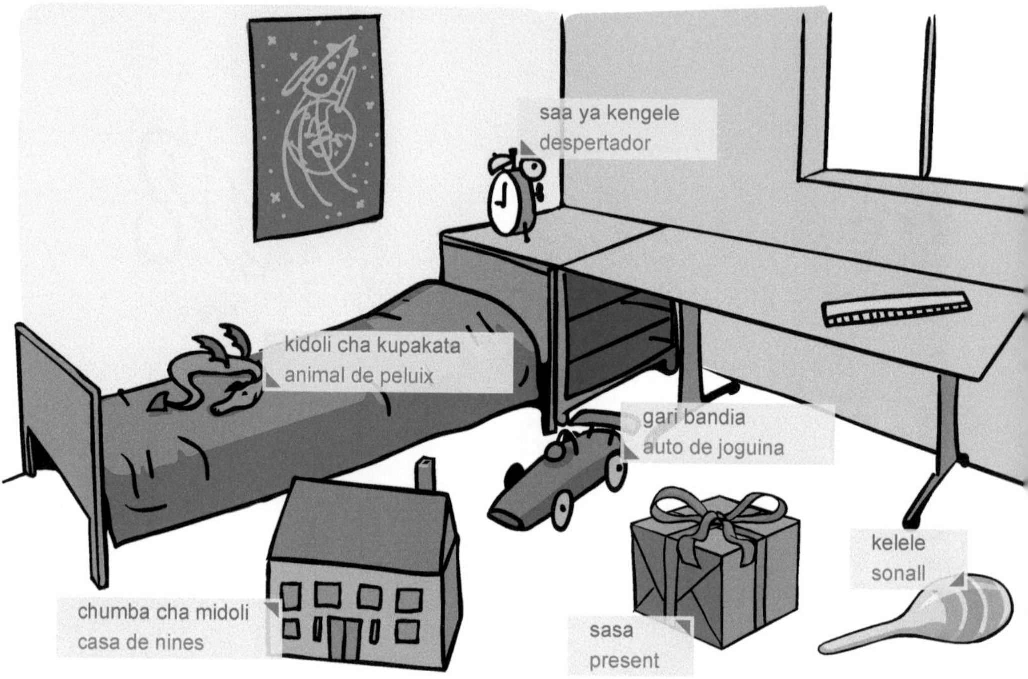

saa ya kengele
despertador
kidoli cha kupakata
animal de peluix
gari bandia
auto de joguina
kelele
sonall
chumba cha midoli
casa de nines
sasa
present

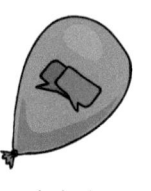

baluni

baló

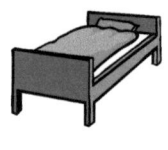

kitanda

llit

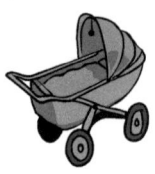

mashua

cotxet per a nens

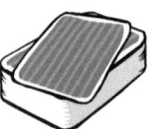

staha ya kadi

joc de cartes

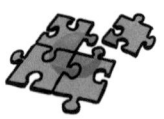

mchezo-fumb

trencaclosca

SUPER MEGA

vichekesho

historieta

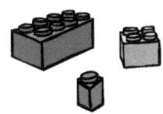

matofali lego
peces de lego

vitalu mwigo
peces de construcció

hatua takwimu
ninot d'acció

suti ya kulalia
granota

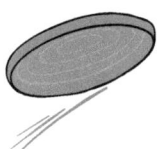

kisahani
frisbee

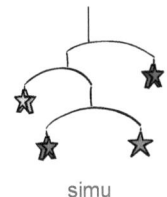

simu
mòbil per a bressol

ubao wa michezo
joc de taula

kete
daus

garimoshi mwigo
tren elèctric

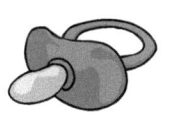

dummy
xumet

chama
festa

picha kitabu
llibre de dibuixos

mpira
pilota

kikaragosi
nina

kucheza
jugar

shimo la mchanga

sorrera

bembea

gronxador

vitu bandia

joguines

kiweko cha video ya mchezo

consola de jocs de vídeo

baiskeli ya magurudumu

tricicle

matatu

mwanasesere

osset de peluix

kabati

armari

nguo

roba

soksi

mitjons

stokingi

mitges

kibano

mitja pantaló

skafu
tapacoll

mwavuli
paraigua

fulana
camiseta

ukanda
cintura

viatu
botes

ndara
plantofes

wakufunzi
sabates d'esport

malapa
....
sandàlies

viatu
....
sabates

mabuti ya mpira
....
botes de goma

suruali ya ndani
....
calçonets

sidiria
....
sostenidor

fulana
....
guardapits

mwili

jjustacòs

suruali

pantalons

dangirizi

jeans

sketi

faldeta

blauzi

brusa

shati

camisa

vuta

jersei

sweta

dessuadora

bleza

blazer

jaketi

jaqueta

koti

mantell

koti la mvua

impermeable

maleba

vestit de dona

gauni

vestit de dona

mavazi ya harusi

vestit de núvia

suti

vestit d'home

vazi la usiku

camisa de dormir

pajama

pijama

sari

sari

skafu

mocador de cap

kilemba

turbant

burka

burca

kaftan

caftan

abaya

abaia

vazi la kuogelea

vestit de bany

vazi la kiume la kuogelea

calçon(et)s de bany

kaptura

pantalons curts

teitei

xandall

aproni

davantal

glavu

guants

kifungo

botó

glasi

ulleres

bangili

braçalet

mkufu

collaret

pete

anell

herini

orellera

kofia

casquet

kiango cha koti

penjador

kofia

capell

tai

corbata

zipu

cremallera

kofia

casc

kanda za suruali

elàstics

sare za shule

uniforme escolar

sare

uniforme

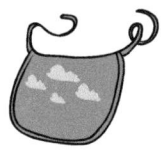

bibu

pitet

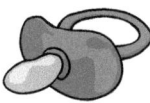

dummy

xumet

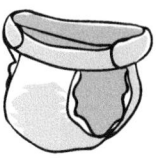

nepi

bolquer

ofisi

oficina

seva
servidor
kabati la kuweka faili
armari arxivador
kichapishaji
impressora
karatasi
paper
kiwambo
monitor
kipanya
ratolí
dawati
escriptori
folda
arxivador
kibodi
teclat
cha kuweka karatasi chafu
era
kompyuta
ordinador
kiti
cadira

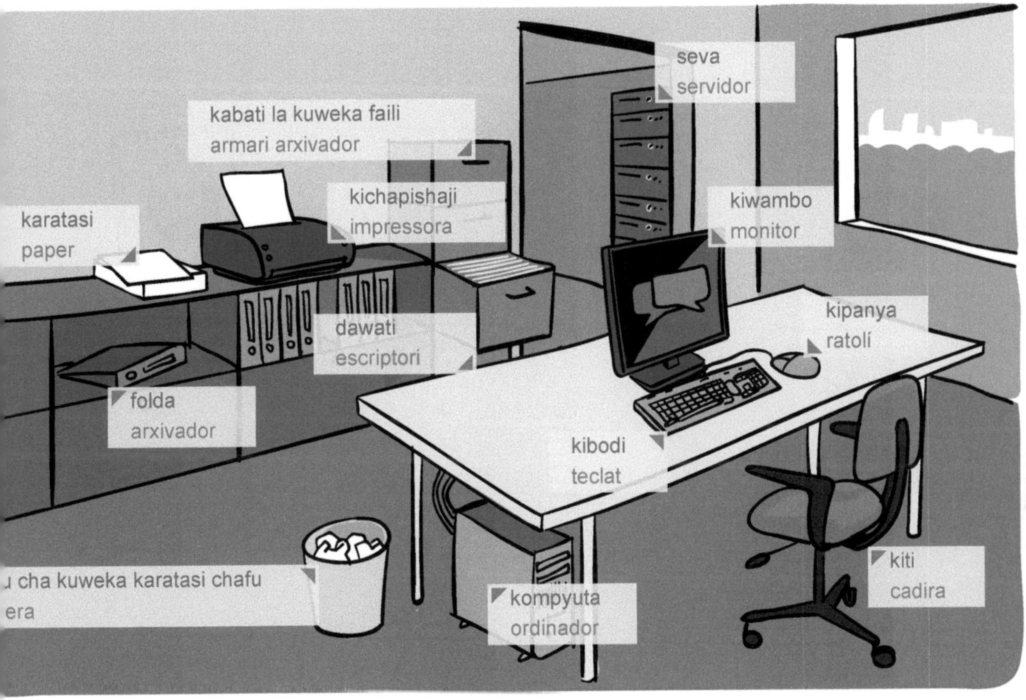

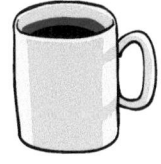

kmobe la kahawa

tassa de cafè

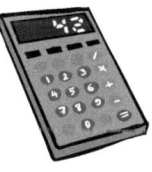

kikokotoo

calculadora

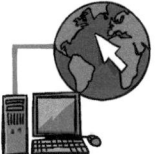

biashara

Internet

mbali

ordinador portàtil

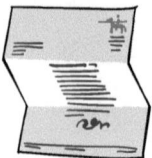

barua

lletra

ujumbe

missatge

rununu

mòbil

intaneti

xarxa

fotokopia

fotocopiadora

programu

programari

simu

telèfon

soketi

presa de corrent

kipepesi

fax

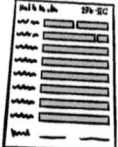

fomu

formulari

hati

document

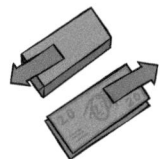

kununua

comprar

kulipa

pagar

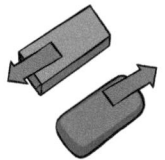

biashara

comerciar

fedha

diners

dola

dòlar

yuro

euro

yeni

ien

rouble

ruble

faranga ya Uswisi

franc suís

renminbi yuan

renminbi

rupia

rupia

eneo la kulipia

caixa automàtica

ofisi ya ubadilishanaji

oficina de canvi

dhahabu

or

fedha

argent

mafuta

petroli

nishati

energia

bei

preu

mkataba

contracte

kodi

impost

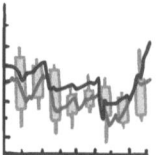

bidhaa

acció

kazi

treballar

mfanyakazi

treballador

mwajiri

empresari

kiwanda

fàbrica

duka

botiga

kazi
oficis

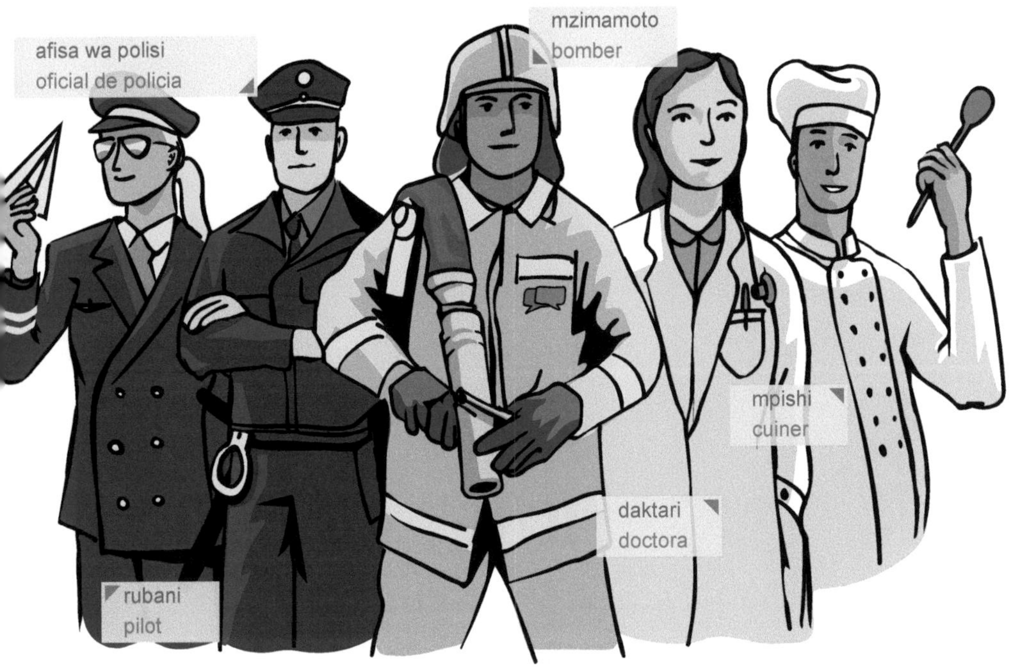

afisa wa polisi
oficial de policia
mzimamoto
bomber
mpishi
cuiner
daktari
doctora
rubani
pilot

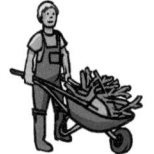

mtunza bustani

jardiner

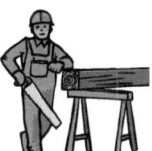

seremala

fuster

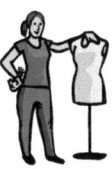

mshonaji

costurera

hakimu

jutge

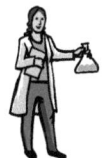

mwanakemia

química

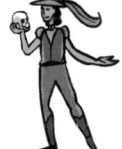

muigizaji

actor

dereva wa basi

conductor d'autobús

dereva wa teksi

taxista

mvuvi

pescador

mwanamke wa kusafisha

dona de la neteja

mwezekaji

ensostrador

mhudumu

cambrer

mwindaji

caçador

mchoraji

pintor

mwokaji

forner

umeme

electricista

mjenzi

obrer de la construcció

mhandisi

enginyer

mchinjaji

carnisser

fundi bomba

llanterner

mwanaposta

correu

mwanajeshi

soldat

msanifu majengo

arquitecte

keshia

caixera

muuza maua

florista

msusi

perruquer

kondakta

revisor

mekanika

mecànic

nahodha

capità

daktari wa meno

dentista

mwanasayansi

científic

rabbi

rabí

imamu

imam

mtawa

monjo

kasisi

capellà

zana

eines

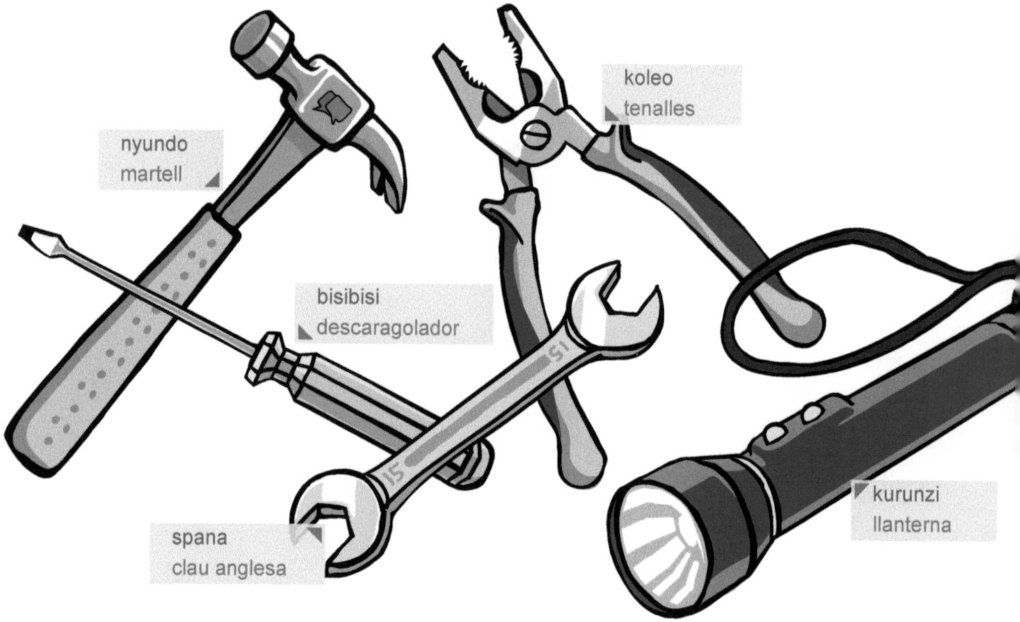

nyundo
martell
koleo
tenalles
bisibisi
descaragolador
spana
clau anglesa
kurunzi
llanterna

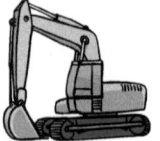

mchimbaji

excavadora

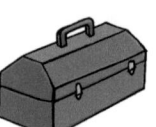

sanduku la vifaa

caixa d'eines

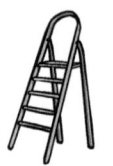

ngazi

escala

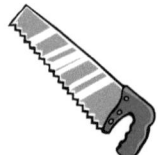

msumeno

serra

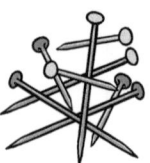

misumari

claus

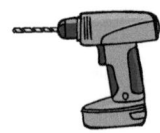

kuchimba visima

trepant

kukarabati
reparar

sepetu
pala

Lo!
Maleït siga!

kishikio cha uchafu
pala

chungu cha rangi
pot de pintura

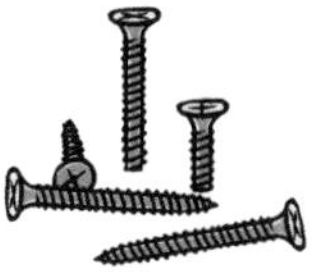

skurubu
caragols

ala za muziki
instrument de música

mpangilio wa ngoma
bateria

spika
altaveu

gila
guitarra

besi mara mbili
contrabaix

tarumbeta
trompeta

piano

piano

fidla

violí

ubeji

baix

timpani

timbal

ngoma

tambor

kibodi

teclat

saksafoni

saxofon

filimbi

flauta

maikrofoni

micròfon

ala za muziki - instrument de música

bustani ya wanyama

zoo

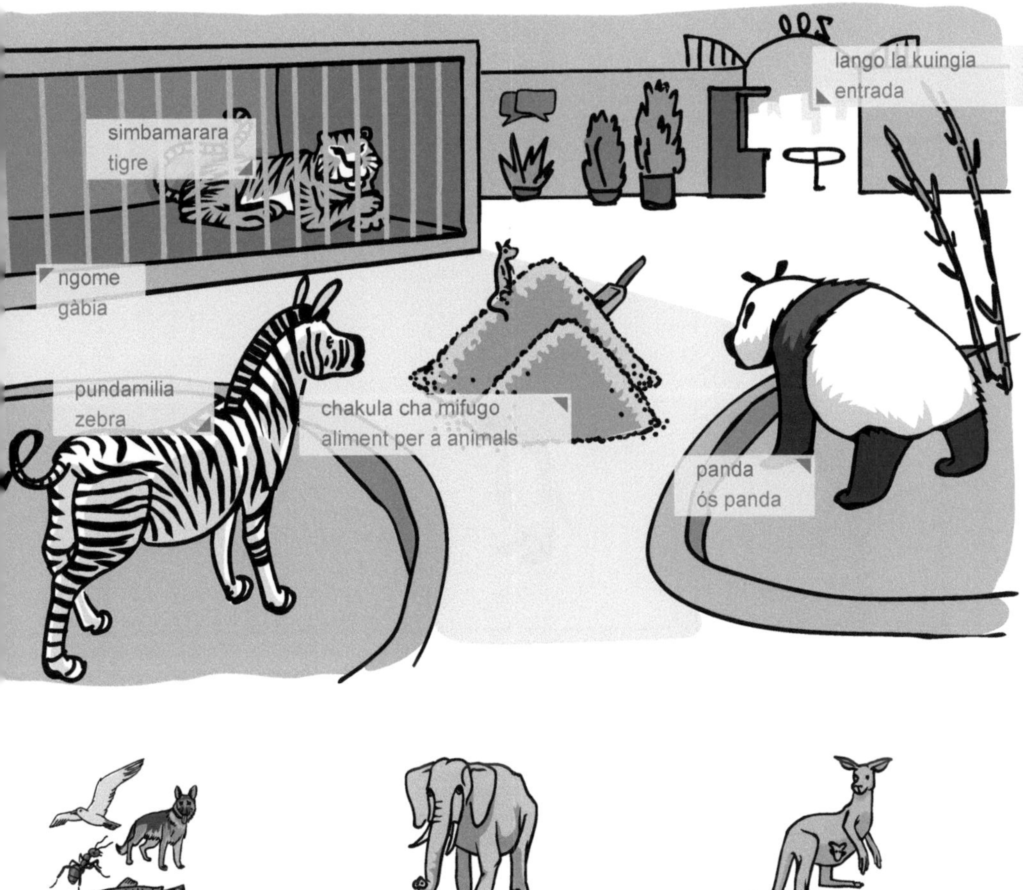

lango la kuingia
entrada
simbamarara
tigre
ngome
gàbia
pundamilia
zebra
chakula cha mifugo
aliment per a animals
panda
ós panda

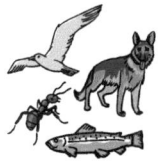

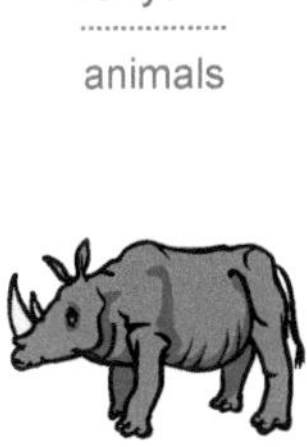

wanyama

animals

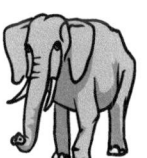

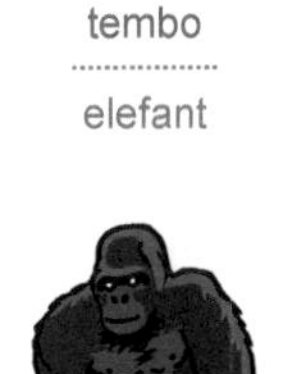

tembo

elefant

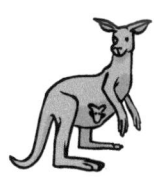

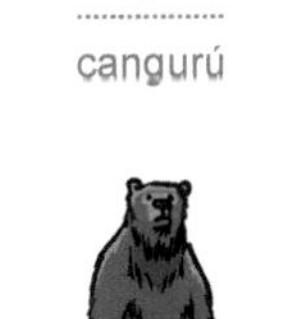

kangaruu

cangurú

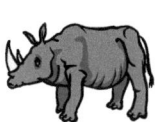

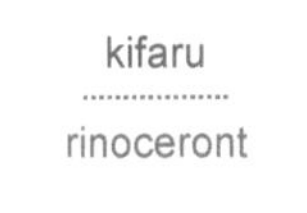

kifaru

rinoceront

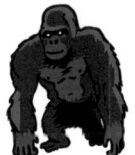

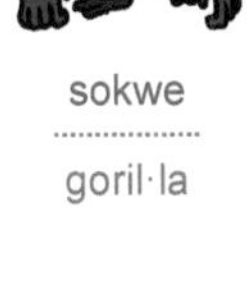

sokwe

goril·la

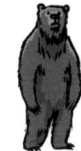

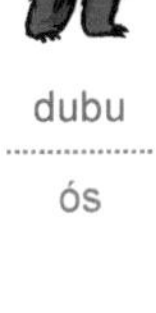

dubu

ós

ngamia

camell

mbuni

estruç

simba

lleó

tumbili

simi

heroe

flamenc

kasuku

papagai

dubu

ós polar

penguini

pingüí

papa

ca mari

tausi

paó

nyoka

serp

mamba

cocodril

mtunza wanyama

guardià del zoo

muhuri

foca

jaguar

jaguar

mwanafarasi
poni

chui
lleopard

kiboko
hipopòtam

twiga
girafa

tai
àliga

nguruwe mwitu
senglar

samaki
peix

kobe
tortuga

sili
morsa

mbweha
guineu

paa
gasela

soka ya marekani
futbol americà

uendeshaji baiskeli
ciclisme

tenisi
tenis

mpira wa kikapu
bàsquet

kuogelea
natació

ndondi
boxa

magongo ya barafuni
hoquei sobre gel

soka
futbol americà

vinyoya
bàdminton

riadha
atletisme

mpira wa mikono
handbol

skii
esquí

polo
polo

shughuli
activitats

cheka
riure
kuruka
saltar
kumbatia
abraçar
kutembea
anar
kuimba
cantar
ota ndoto
somiar
kuomba
pregar
busu
fer un petó

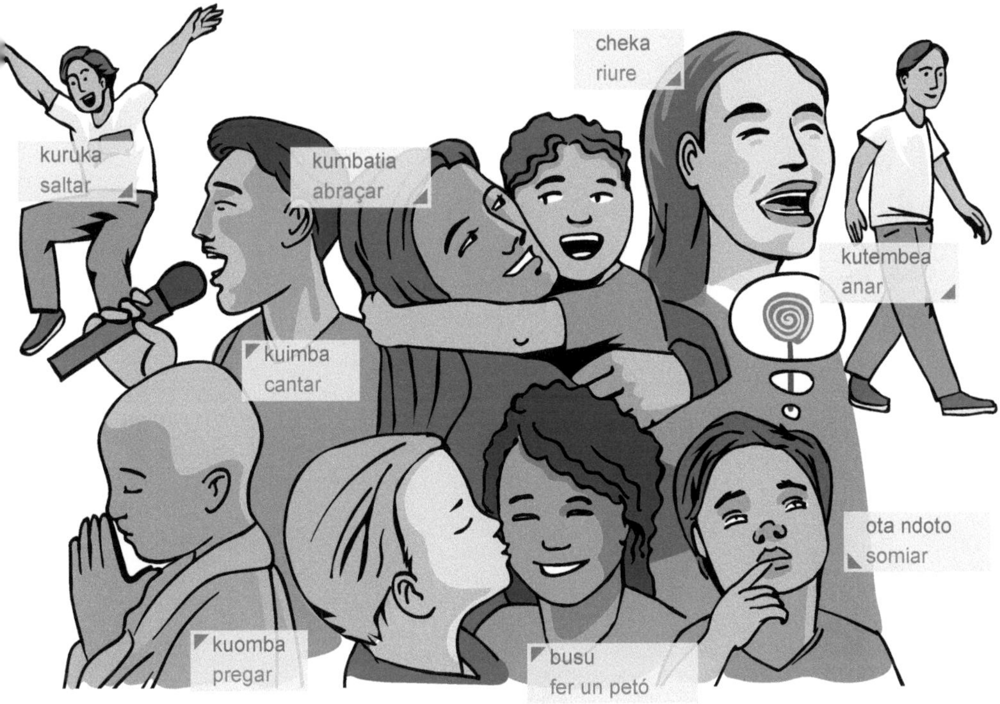

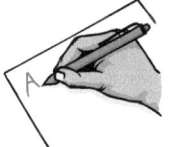

kuandika
....
escriure

kuteka
....
dibuixar

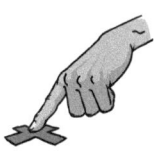

angalia
....
mostrar

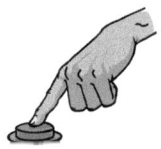

sukuma
....
pitjar

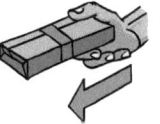

kutoa
....
donar

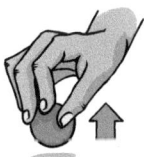

kuchukua
....
prendre

kuwa

tenir

fanya

fer

kuwa

ésser

kusimama

estar dret

kukimbia

córrer

vuta

estirar

kutupa

llançar

kuanguka

caure

hadaa

jeure

kusubiri

esperar

kubeba

portar

kukaa

asseure's

vaa nguo

vestir-se

usingizi

dormir

kuamka

despertar-se

kuangalia

mirar

lia

plorar

kiharusi

amoixar

chana nywele

pentinar

ongea

parlar

kuelewa

comprendre

kuuliza

demanar

kusikiliza

escoltar

kunywa

beure

kula

menjar

nadhifisha

endreçar

upendo

estimar

mpishi

cuinar

gari

conduir

kuruka

volar

meli

navegar

kokotoa

calcular

kusoma

llegir

kujifunza

aprendre

kazi

treballar

kuoa

casar-se

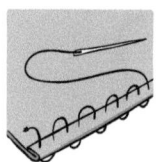

kushona

cosir

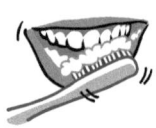

piga mswaki

raspallar-se les dents

kuua

matar

moshi

fumar

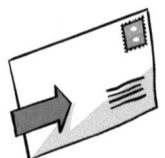

kutuma

enviar

familia
família

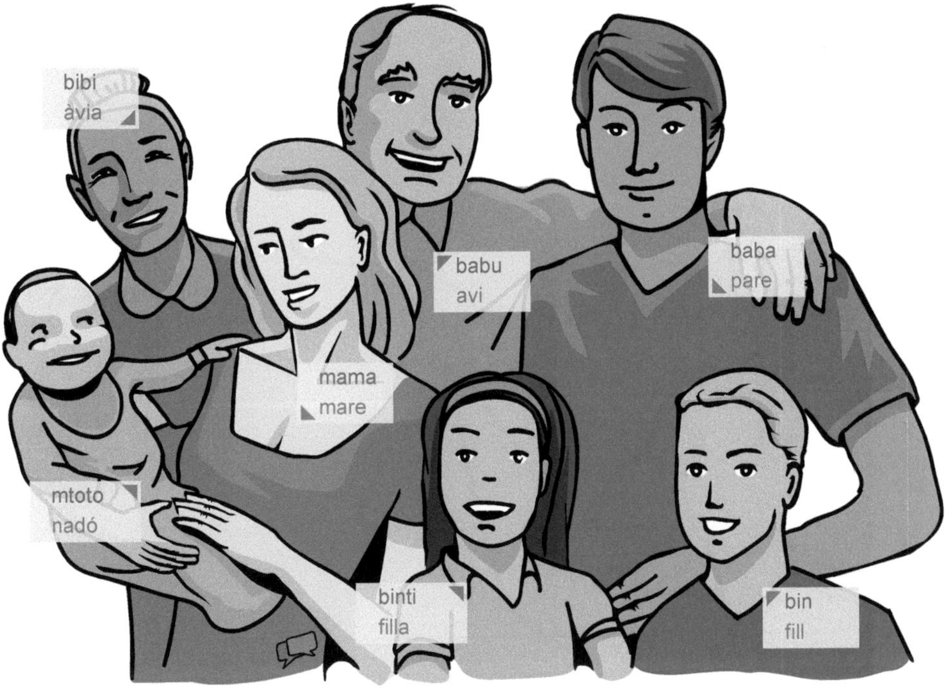
bibi
àvia
babu
avi
baba
pare
mama
mare
mtoto
nadó
binti
filla
bin
fill

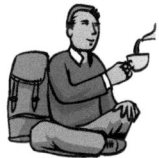

mgeni

convidat

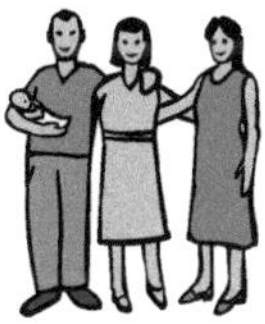
shangazi

tia

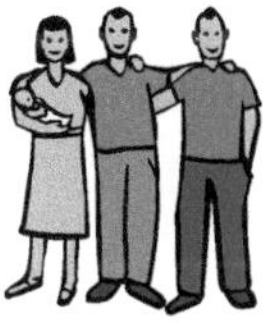
mjomba

oncle

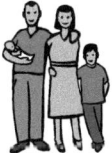

kaka

germà

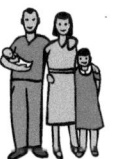

dada

germana

mwili

cos

paji la uso
front
jicho
ull
bega
espatlla
kidole
dit
uso
cara
kidevu
barbeta
mkono
mà
matiti
pit
mguu
cama
mkono
braç

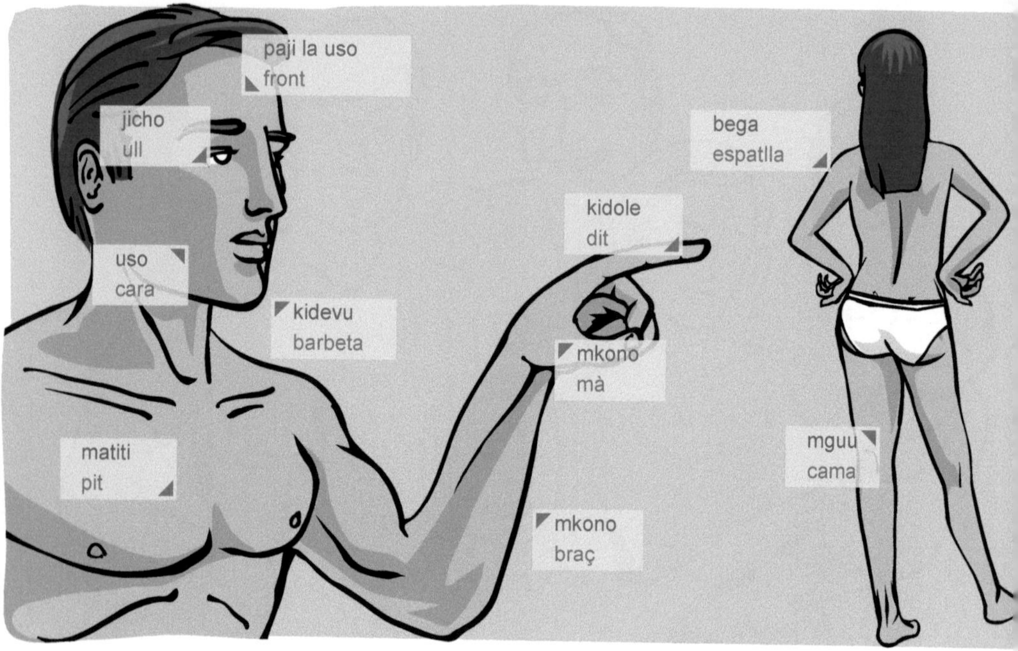

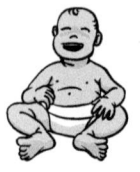

mtoto
nadó

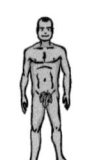

mwanamume
home

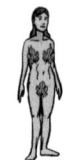

mwanamke
dona

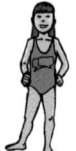

msichana
noia

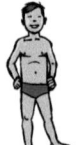

mvulana
noi

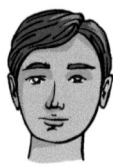

kichwa
cap

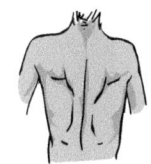

nyuma
esquena

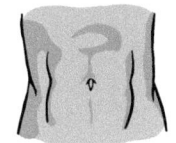

tumbo
panxa

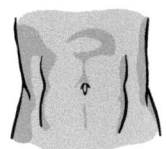

kitovu
melic

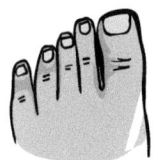

chano
dit gros del peu

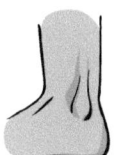

kisigino
taló

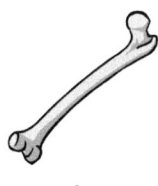

mfupa
os

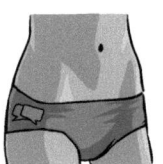

nyonga
maluc

goti
genoll

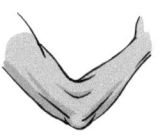

kiwiko
colze

pua
nas

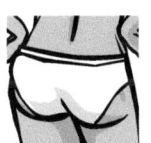

chini
cul

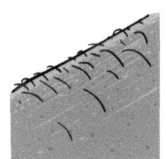

ngozi
pell

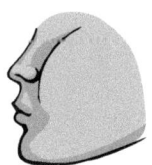

shavu
galta

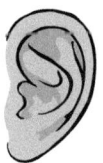

sikio
orella

mdomo
llavi

kinywa

boca

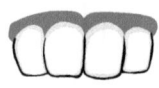

jino

dent

ulimi

llengua

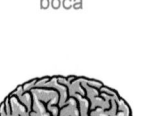

ubongo

cervell

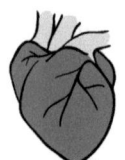

moyo

cor

misuli

múscul

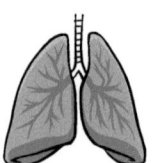

pafu

pulmó

ini

fetge

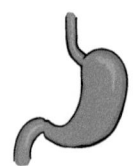

tumbo

estómac

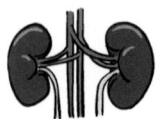

figo

ronyó

jinsia

relació sexual

kondomu

preservatiu

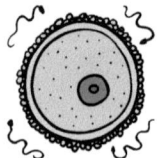

ovari

ovari

shahawa

semen

mimba

prenyat

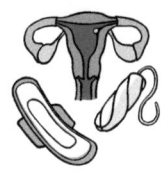

hedhi
....
menstruació

uke
....
vagina

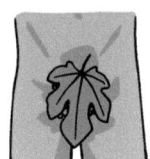

uume
....
penis

unyusi
....
cella

nywele
....
cabells

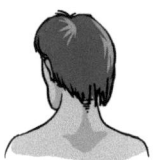

shingo
....
coll

hospitali

hospital

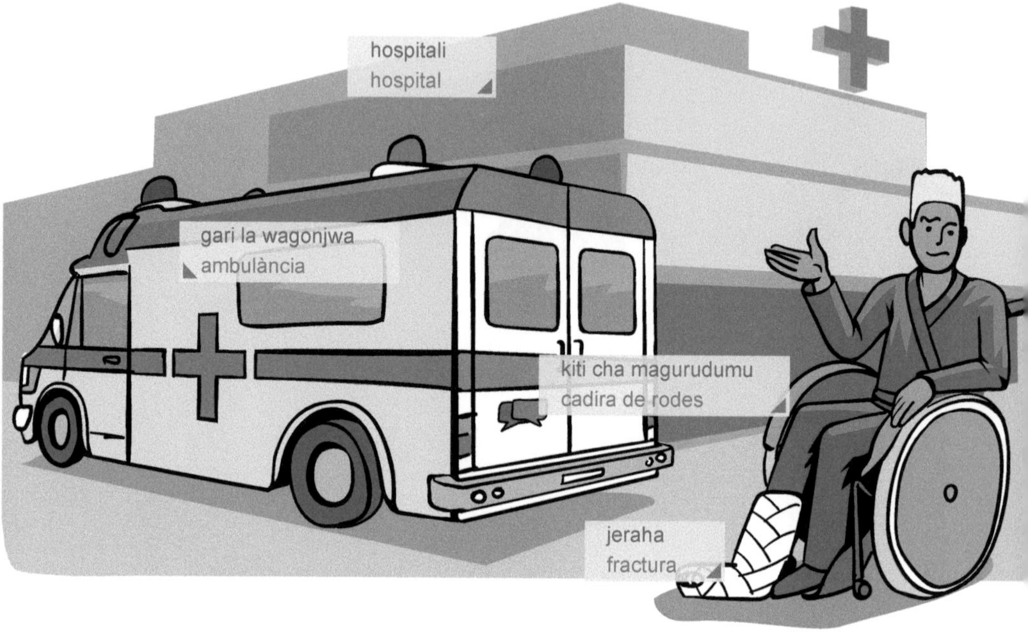

hospitali
hospital
gari la wagonjwa
ambulància
kiti cha magurudumu
cadira de rodes
jeraha
fractura

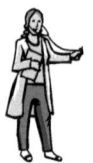

daktari

doctora

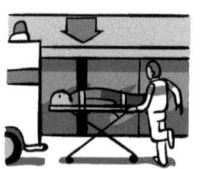

chumba cha dharura

sala d'urgències

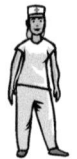

muuguzi

infermera

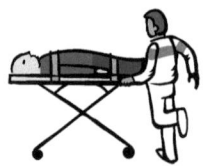

dharura

urgència

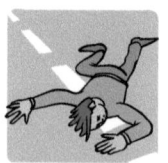

kupoteza fahamu

inconscient

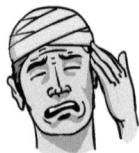

maumivu

dolor

kuumia

ferida

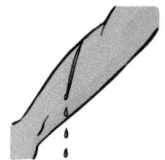

kutokwa na damu

sagnament

mshtuko wa moyo

atac de cor

kiharusi

apoplexia

mzio

al·lèrgia

kikohozi

tos

homa

febre

mafua

gripa

kuharisha

diarrea

maumivu ya kichwa

mal de cap

kansa

càncer

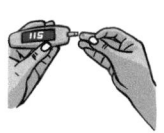

ugonjwa wa kisukari

diabetis

daktari mpasuaji

cirurgià

kisu kidogo cha kupasulia

escalpel

operesheni

operació

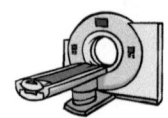

picha changanufu ya mwili

tomografia computada (TC), TAC

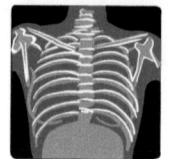

Eksrei

raigs x

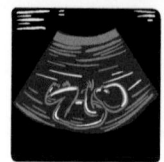

mawimbi sauti

ultrasò

barakoa ya uso

mascareta

ugonjwa

malaltia

chumba cha kusubiri

sala d'espera

mkongojo

crossa

plasta

tireta

bendeji

embenat

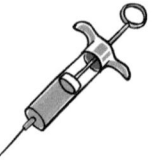

sindano

injecció

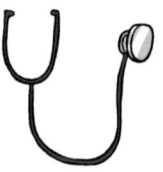

stetoskopu

estetoscopi

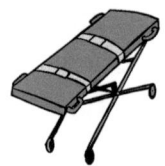

machela

llitera

kipimajoto cha kliniki

termòmetre clínic

kuzaliwa

pariment

unene kupita kiasi

sobrepès

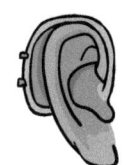

kusikia misaada

aparell auditiu

kipukusi

desinfectant

maambukizi

infecció

virusi

virus

VVU / UKIMWI

VIH / SIDA

dawa

medicina

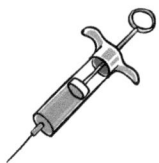

chanjo

vaccí

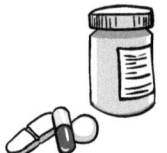

vidonge

comprimits

kidonge

píl·lola

simu ya dharura

trucada d'urgència

haemodainamometa

tensiòmetre

mgonjwa / mwenye afya

malalt / sà

Msaada!

Socors!

kengele

alarma

pigo

assalt

shambulizi

atac

hatari

perill

lango la dharura

sortida-eixida d'urgència

Moto!

Foc!

kizima moto

extintor

ajali

accident

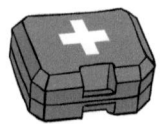

vifaa vya huduma ya kwanza

farmaciola de primers auxilis

wito wa msaada

SOS

polisi

policia

Ulaya

Europa

Amerika ya Kaskazini

Amèrica del Nord

Amerika ya Kusini

Amèrica del Sud

Afrika

Àfrica

Asia

Àsia

Australia

Austràlia

Atlantiki

Atlàntic

Pasifiki

Pacífic

Bahari ya Hindi

Oceà Índic

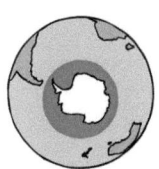

Bahari ya Antaktiki

Oceà Antàrtic

Bahari ya Aktiki

Oceà Àrtic

Ncha ya Kaskazini

pol nord

Ncha ya Kusini
pol sud

Antaktika
Antàrtida

dunia
terra

nchi
país

bahari
mar

kisiwa
illa

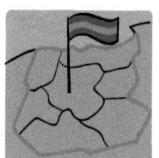

taifa
nació

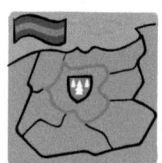

jimbo
estat

uso wa saa

quadrant

akrabu ya saa

agulla de les hores

akrabu ya dakika

agulla dels minuts

akrabu ya sekunde

agulla dels segons

Ni saa ngapi?

Quina hora és?

siku

dia

wakati

temps

sasa

ara

saa ya dijitali

rellotge digital

dakika

minut

saa

hora

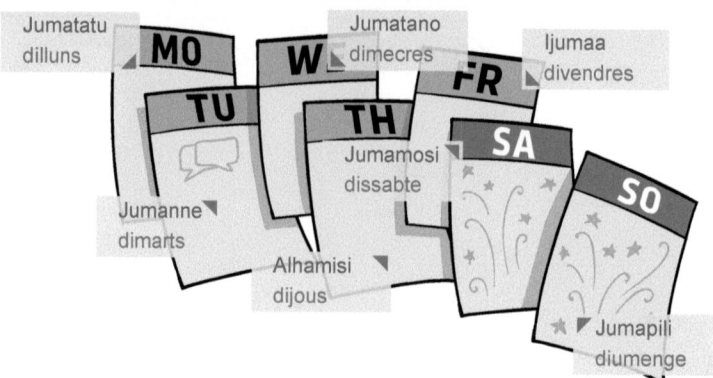

Jumatatu dilluns — MO
Jumanne dimarts — TU
Jumatano dimecres — W
Alhamisi dijous — TH
Ijumaa divendres — FR
Jumamosi dissabte — SA
Jumapili diumenge — SO

jana

ahir

leo

avui

kesho

demà

asubuhi

matí

saa sita mchana

migdia

jioni

tarda

MO	TU	WE	TH	FR	SA	SU
1	2	3	4	5	6	7
8	9	10	11	12	13	14
15	16	17	18	19	20	21
22	23	24	25	26	27	28
29	30	31	1	2	3	4

siku za biashara

dia feiner

MO	TU	WE	TH	FR	SA	SU
1	2	3	4	5	6	7
8	9	10	11	12	13	14
15	16	17	18	19	20	21
22	23	24	25	26	27	28
29	30	31	1	2	3	4

mwishoni mwa wiki

cap de setmana

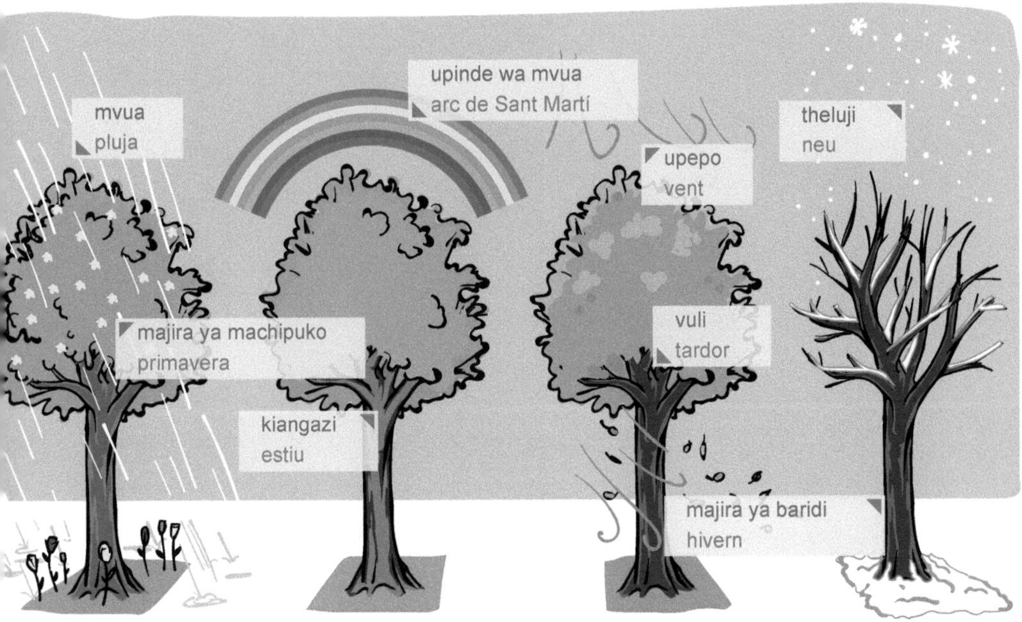

mvua
pluja
upinde wa mvua
arc de Sant Martí
theluji
neu
upepo
vent
majira ya machipuko
primavera
vuli
tardor
kiangazi
estiu
majira ya baridi
hivern

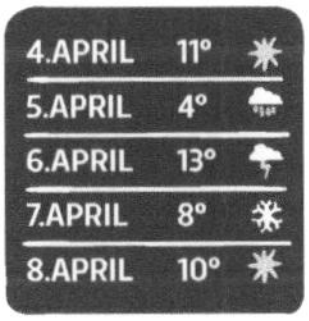

4.APRIL 11°
5.APRIL 4°
6.APRIL 13°
7.APRIL 8°
8.APRIL 10°

utabiri wa hali ya hewa

pronòstic del temps

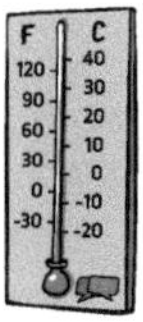

F C
120 40
90 30
60 20
30 10
0 0
-30 -10
-20

kipimajoto

termòmetre

mwanga wa jua

llum del sol

wingu

núvol

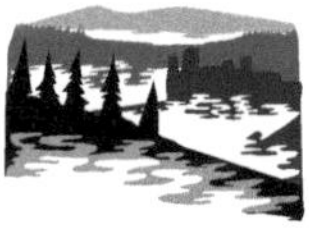

ukungu

boira

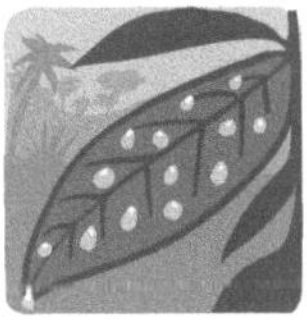

unyevu

humiditat de l'aire

umeme

llamp

radi

tro

dhoruba

tempesta

mvua ya mawe

calamarsa

monsuni

monsó

mafuriko

inundació

barafu

gel

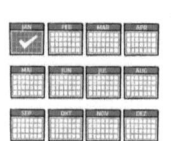

Januari

gener

Februari

febrer

Machi

març

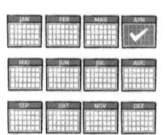

Aprili

abril

Mei

maig

Juni

juny

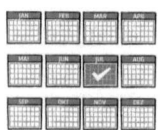

Julai

juliol

Agosti

agost

Septemba
....
setembre

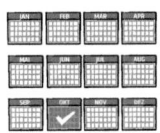

Oktoba
....
octubre

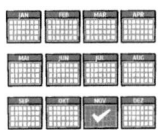

Novemba
....
novembre

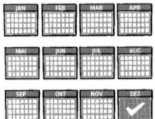

Desemba
....
desembre

maumbo

formes

mduara
....
cercle

mraba
....
quadrat

mstatili
....
rectangle

pembetatu
....
triangle

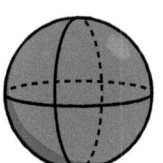

nyanja
....
esfera

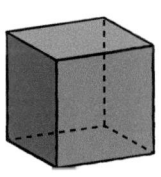

mchemraba
....
cub

rangi

colors

nyeupe

blanc

manjano

groc

chungwa

taronja

rangi ya waridi

rosa

nyekundu

vermell

hudhurungi

lila

bluu

blau

kijani

verd

hanja

marró

jivujivu

gris

nyeusi

negre

mengi / kidogo

molt / poc

hasira / pole

emprenyat / tranquil

nzuri / mbaya

bonic / lleig

mwanzo / mwisho

començament / fi

kubwa / ndogo

gran / petit

angavu / giza

clar / fosc

kaka / dada

germà / germana

safi / chafu

net / brut

kamilika / tokamilika

complet / incomplet

siku / usiku

dia / nit

wafu / hai

mort / viu

pana / nyembamba

ample / estret

kulika / kutolika

comestible / immenjable

ovu / ema

dolent / amable

sisimkwa / udhika

entusiasmat / entediat

nene / nyembamba

gros / prim

kwanza / mwisho

primer / darrer

rafiki / adui

amic / enemic

jaa / tupu

ple / buit

ngumu / laini

dur / tou

nzito / nyepesi

pesant / lleuger

njaa / kiu

gana / set

mgonjwa / mwenye afya

malalt / sà

haramu / kisheria

il·legal / legal

akili / kijinga

intel·ligent / ximple

kushoto / kulia

esquerra / dreta

karibu / mbali

prop / llunyà

mpya / kutumika

nou / usat

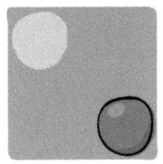

kitu / jambo

res / quelcom

zee / changa

vell / jove

waka / zima

encès / apagat

wazi / fungwa

obert / tancat

utulivu / kelele

silenciós / sorollós

tajiri / masikini

ric / pobre

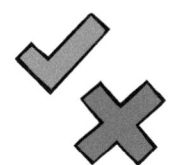

sahihi / kosa

correcte / incorrecte

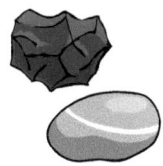

mbaya / laini

aspre / suau

huzunika / furahia

trist / content

fupi /ndefu

curt / llarg

polepole / haraka

lent / ràpid

nyevu / kavu

humit / sec - eixut

joto / baridi

calent / fred

vita / amani

guerra / pau

0

sufuri

zero

1

moja

u

2

mbili

dos

3

tatu

tres

4

nne

quatre

5

tano

cinc

6

sita

sis

7

saba

set

8

nane

vuit

9

tisa

nou

10

kumi

deu

11

kumi na moja

onze

12

kumi na mbili

dotze

13

kumi na tatu

tretze

14

kumi na nne

catorze

15

kumi na tano

quinze

16

kumi na sita

setze

17

kumi na saba

disset

18

kumi na nane

divuit

19

kumi na tisa

dinou

20

ishirini

vint

100

mia

cent

1.000

elfu

mil

1.000.000

milioni

milió

Kiingereza

anglès

Kiingereza cha Marekani

anglès americà

Kimandarini cha Uchina

xinès mandarí

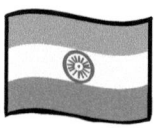

Kihindi

hindi

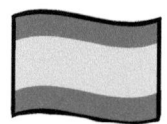

Kihispania

espanyol

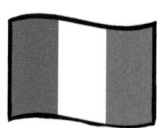

Kifaransa

francès

Kiarabu

àrab

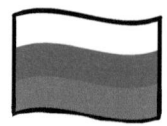

Kirusi

rus

Kireno

portuguès

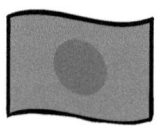

Kibengali

bengalí

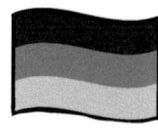

Kijerumani

alemany

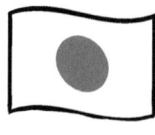

Kijapani

japonès

mimi

jo

wewe

tu

yeye / yeye / ni

ell / ella / allò

sisi

nosaltres

wewe

vosaltres

wao

ells

nani?

qui?

nini?

què?

jinsi gani?

com?

wapi?

on?

lini?

quan?

jina

nom

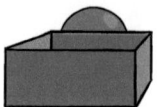

nyuma

darrere

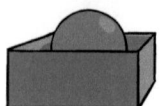

katika

en

mbele ya

davant de

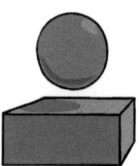

juu ya

damunt

kwenye

sobre

chini ya

sota

kando

al costat

kati

entre

mahali

lloc